MW00904902

Sa aking pamilya:

Lj, Catcat, at Lucas

Ito ay pag-aari ni:

_____

Luckily, the magical Cloud heard her.

Buti na lang at narinig siya ng mahiwagang Ulap

Hello, Lily! I'm Cloud! Would you like to see the Weather Wonderland with me?

Hello, Lily! Ako si Ulap! Gusto mo bang makita ang Weather Wonderland kasama ko?

Slowly Lily reached the fluffy clouds.

There she meets
the four Weather Wonders.

Dahan-dahan ay narating ni Lily ang malalambot na ulap.

Doon niya nakilala ang apat na Weather Wonders.

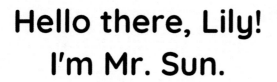

Hello there, Lily!
I'm Mr. Sun.

Hello, Lily!
Ako si Ginoong
Araw.

I bring warmth and light.

Nagdadala ako ng init at liwanag.

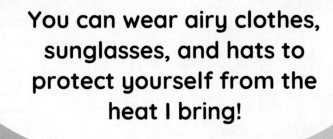

You can wear airy clothes, sunglasses, and hats to protect yourself from the heat I bring!

Maaari kang magsuot ng maaliwalas na damit, salamin, at sumbrero upang protektahan ang iyong sarili mula sa init na dala ko!

Hello Lily! I am mist, I can create beautiful melodies with my raindrops.

Hello Lily! Ako si ambon, nakakalikha ako ng magagandang himig sa aking mga patak ng ulan.

You can wear a raincoat and boots or use an umbrella so you won't get wet!

Maaari kang magsuot ng kapote at bota o gumamit ng payong para hindi ka mabasa!

Hi, Lily! I'm Whisper.
Do you know what I like to do?
I make kites fly with the wind that I blow.

Hi, Lily! Ako si Bulong.
Alam mo ba kung ano ang hilig kong gawin?
Pinapalipad ko ang mga saranggola sa aking ihip ng hangin.

You can wear a sweater, a beanie, and boots during windy days.

Maaari kang magsuot ng panglamig, beanie, at bota kapag mahangin.

Thank you, Cloud, for showing me around, but I think it's time for me to go home.

Salamat, Ulap, sa pagpasyal mo sa akin. Pero sa tingin ko ay oras na para umuwi ako.

Gradually, Lily felt her feet touch the ground.

Unti-unti ay naramdaman ni Lily na dumampi ang mga paa niya sa lupa.

SUNNY

MAARAW

RAINY
MAULAN

WINDY

MAHANGIN

Nursery Rhyme

What's the Weather?
Sung to the tune of "Oh, My Darling Clementine"

What's the weather?
What's the weather?
What's the weather
like today?
Is it sunny?
Is it rainy?
Is it windy out today?

Panahon
Panahon
Anong panahon
ngayon?
Maaraw?
Ma-ulan?
Mahangin ba ngayon?